Matthias Fiedler

Ý tưởng về sự kết nối bất động sản mang tính đổi mới: Công việc đơn giản của trung tâm môi giới bất động sản

Kết nối bất động sản: Môi giới bất động sản hiệu quả, đơn giản và chuyên nghiệp thông qua cổng kết nối bất động sản mang tính đổi mới

Dấu

Ấn phẩm đầu tiên được in thành sách | Tháng 2 năm 2017
(Được xuất bản nguyên gốc bằng tiếng Đức, Tháng 12 năm 2016)

© 2016 Matthias Fiedler

Matthias Fiedler
Erika-von-Brockdorff-Street 19
41352 Địa điểm: Korschenbroich
Đức
www.matthiasfiedler.net

Sản xuất và in ấn:
Xem phần in ở trang cuối cùng

Thiết kế trang bìa: Matthias Fiedler
Tạo phiên bản e-book: Matthias Fiedler

ISBN-13 (Sách bìa): 978-3-947082-78-0
ISBN-13 (E-Book dạng mobi): 978-3-947082-79-7
ISBN-13 (E-Book dạng epub): 978-3-947082-80-3

Thông tin thư mục của Thư viện Quốc gia Đức:
Thư viện Quốc gia Đức xuất bản ấn phẩm này trong thư mục Quốc gia Đức; Dữ liệu thư mục chi tiết có trên Internet tại http://dnb.d-nb.de.

TÓM LẠI

Quyển sách này giải thích một khái niệm mang tính cách mạng dành cho cổng kết nối bất động sản toàn cầu (app-ứng dụng) với sự tính toán tiềm năng doanh thu có thể xem xét được (hàng tỷ Euro), cổng này được tích hợp vào phần mềm môi giới bất động sản bao gồm sự định giá bất động sản (tiềm năng doanh thu nghìn tỷ Euro).

Điều này có nghĩa là bất động sản nhà ở và bất động sản thương mại, được sử dụng hoặc thuê, có thể được trao đổi theo một cách hiệu quả và tiết kiệm thời gian. Đó là tương lai của môi giới bất động sản mang tính đổi mới và chuyên nghiệp dành cho tất cả các nhà môi giới bất động sản và chủ sở hữu bất động sản. Kết nối bất động sản hoạt động ở hầu hết các nước và ngay cả xuyên quốc gia.

Thay vì "mang" bất động sản đến tay người mua hoặc người thuê, những mối quan tâm về bất động sản được đánh giá chất lượng (hồ sơ tìm kiếm) trong cổng kết nối bất động sản và liên kết với bất động sản của người môi giới bất động sản.

NỜI DUNG

LỜI NÓI ĐẦU

Trong năm 2011, tôi đã nghĩ ra và phát triển khái niệm kết nối bất động sản mang tính đổi mới này.

Kể từ năm 1988, tôi tích cực tham gia lĩnh vực bất động sản (bao gồm bất động sản, mua và bán, định giá, giữ và phát triển đất đai). Tôi là chuyên gia bất động sản (IHK), nhà kinh tế bất động sản (ADI) và người định giá bất động sản (DEKRA) cũng là một thành viên của hiệp hội Viện Những người định giá Đủ tư cách Hoàng gia (MRICS) là hiệp hội bất động sản được quốc tế công nhận.

Matthias Fiedler
Korschenbroich, 31.10.2016
www.matthiasfiedler.net

1. Ý tưởng kết nối bất động sản mang tính đổi mới: Trung tâm môi giới bất động sản làm mọi việc đơn giản hơn

Kết nối bất động sản: Môi giới bất động sản hiệu quả, đơn giản và chuyên nghiệp thông qua cổng kết nối mang tính đổi mới trong bất động sản

Thay vì "bất động sản" đến tay người mua hoặc người thuê, những mối quan tâm về bất động sản (hồ sơ tìm kiếm) được kết nối và liên kết với bất động sản của người môi giới được rao bán trung gian trong cổng kết nối bất động sản (App - Ứng dụng).

2. Mục đích của chủ sở hữu bất động sản và nhà cung cấp bất động sản

Từ quan điểm của người bán và người chủ bất động, bán hoặc thuê bất động sản một cách nhanh chóng và ở giá cao nhất có thể là một việc quan trọng.

Từ quan điểm của người mua và người thuê tương lai, tìm được bất động sản theo mong muốn, cũng như mua và bán nhanh và dễ dàng là một việc quan trọng.

3. Nhận diện việc tìm kiếm bất động sản

Như một quy tắc, nhà đầu tư tương lai nhìn vào bất động sản trong vùng miền mong muốn của họ tại các cổng bất động sản lớn trên Internet. Ở đó bạn có thể có bất động sản hoặc một danh sách các đường link đến bất động sản được gửi bằng email, nếu bạn tạo ra một hồ sơ tìm kiếm ngắn gọn. Điều này thường được thực hiện trên 2-3 cổng bất động sản. Sau đó, người cung cấp luôn được liên lạc qua email. Điều này đem đến cho người cung cấp khả năng và quyền được phép liên hệ với các bên quan tâm.

Ngoài ra, các bên quan tâm được các trung tâm môi giới bất động sản trong vùng miền mong muốn liên hệ và hồ sơ tìm kiếm được lưu trữ.

Các nhà cung cấp trên cổng bất động sản là những nhà cung cấp cá nhân và thương mại. Nhà cung cấp thương mại chủ yếu là những người môi giới bất động sản và các công ty xây dựng từng phần, các thương nhân bất động sản và các công ty bất động sản khác (trong văn bản, nhà cung cấp thương mại được nhắc đến như là nhà môi giới bất động sản).

4. Bất lợi của nhà cung cấp tư nhân/lợi thế của nhà môi giới bất động sản

Trong trường hợp bất động sản, việc bán cá nhân không phải lúc nào cũng được bảo đảm ngay lập tức, ví dụ, không có sự đồng thuận giữa người thừa kế trong trường hợp bất động sản được thừa kế hoặc thiếu quyền thừa kế. Hơn nữa, các vấn đề pháp lý không được giải thích, như giữa các thứ khác, quyền cư trú, có thể làm việc bán khó khăn hơn.

Trong trường hợp bất động sản cho thuê, chủ nhà cá nhân có thể không có được sự ủy quyền chính thức, ví dụ, nếu bất động sản thương mại (căn hộ dùng để ở) được cho thuê là một căn hộ.

Khi nhà môi giới bất động sản hoạt động như một người cung cấp, người này luôn làm rõ những khía cạnh đã nói ở trên. Ngoài ra, tất cả các tài liệu bất động sản liên quan (sơ đồ sàn, sơ đồ vị trí, chứng chỉ năng lượng, đăng ký đất đai, các tài liệu chính thức, v.v.) thường là có sẵn. Do đó, việc bán hoặc thuê có thể nhanh và không gặp rắc rối.

5. Kết nối Bất động sản

Để đạt được sự kết nối giữa người mua tương lai và người bán hoặc người chủ một cách nhanh chóng và hiệu quả, việc đưa ra một cách tiếp cận có hệ thống và chuyên nghiệp nhìn chung là quan trọng.

Điều này được thực hiện bằng các phương tiện tiếp cận hoặc quy trình khác nhau để tìm kiếm và tìm thấy giữa những người môi giới bất động sản và người mua tương lai. Nói một cách khác, thay vì đưa "bất động sản" đến tay người mua hoặc người thuê, những quan tâm về bất động sản (App - Ứng dụng) được đánh giá chất lượng (hồ sơ tìm kiếm) và liên kết với bất động sản của người môi giới.

Trong bước thứ nhất, người mua tương lai tìm một hồ sơ tìm kiếm cụ thể trong cổng kết nối bất động sản. Hồ sơ tìm kiếm này chứa 20 đặc điểm. Giữa các thứ khác, các đặc điểm sau đây (không phải là một danh sách hoàn chỉnh) mang tính thiết yếu đối với hồ sơ tìm kiếm.

- Vùng miền / Mã điện thoại / Thành phố
- Kiểu đối tượng
- Kích thước bất động sản
- Không gian sống
- Giá bán / cho thuê
- Năm xây dựng
- Sàn nhà
- Số phòng
- Cho thuê (có / không)
- Tầng hầm (có / không)
- Ban công / Sân thượng (có / không)
- Kiểu sưởi ấm
- Không gian đỗ xe (có / không)

Trong trường hợp này việc không nhập các đặc điểm một cách tự do nhưng chọn từ một danh sách có các khả năng/tùy chọn xác định trước (ví dụ, kiểu đối tượng: căn hộ, nhà gia đình, kho hàng, văn phòng...) bằng cách nhấp chuột hoặc mở ra trường đặc điểm tương ứng (ví dụ, kiểu đối tượng) mang tính quan trọng.

Tùy ý tìm kiếm thêm các hồ sơ có thể được các bên quan tâm tạo ra. Thay đổi hồ sơ tìm kiếm cũng là việc có thể.

Ngoài ra, các chi tiết liên hệ hoàn chỉnh được nhập vào các trường cho trước bởi các bên quan tâm. Đó là tên, họ, đường, số nhà, mã điện thoại, thị trấn, điện thoại và email.

Trong văn bản này, các bên quan tâm đưa ra sự cho phép liên hệ và gửi các bất động sản thích hợp (công khai) thông qua người môi giới bất động sản.

Ngoài ra, khách hàng tương lai nhập vào một hợp đồng có người vận hành của cổng kết nối bất động sản.

Trong bước tiếp theo, các hồ sơ tìm kiếm có sẵn theo giao diện lập trình ứng dụng (API) - có thể so sánh được với giao diện lập trình "mở" tại Đức - các nhà môi giới bất động sản được kết nối, chưa nhìn thấy được. Lưu ý rằng giao diện lập trình này - gần như là chìa khóa đối với việc thực thi - phải hỗ trợ hầu hết mọi phần mềm môi giới bất động sản trong thực tế hoặc bảo đảm sự truyền thông tin. Nếu không, giao diện này phải là có thể về mặt kỹ thuật. Vì có những giao diện lập trình sẵn có này, ví dụ như giao diện lập trình được nhắc đến ở trên "openimmo" và các giao diện lập trình khác trong thực tế, việc truyền các hồ sơ tìm kiếm phải là việc có thể làm được.

Bây giờ các nhà môi giới bất động sản so sánh bất động sản của họ với các hồ sơ tìm kiếm. Vì mục đích này, các bất động sản được kết hợp vào cổng kết nối bất động sản và các đặc điểm tương ứng được so sánh tính phù hợp và liên kết.

Một khi tính phù hợp được so sánh, sự kết nối thể hiện bằng tỷ lệ phần trăm tương ứng được cung cấp. Từ việc so sánh tính phù hợp, ví dụ 50%, các hồ sơ tìm kiếm được hiển thị trong phần mềm môi giới bất động sản.

Các đặc điểm riêng biệt được xem xét (hệ thống tính điểm) với các đặc điểm khác, do đó sau khi so sánh tính phù hợp các đặc điểm, kết quả tỷ lệ phần trăm về độ phù hợp (xác suất phù hợp) được đưa ra. Ví dụ, đặc điểm "kiểu đối tượng" được xem xét cao hơn đặc điểm "không gian sống". Ngoài ra, các đặc trưng nhất định (ví dụ tầng hầm) có thể được chọn là thứ mà bất động sản này phải có.

Trong tiến trình so sánh tính phù hợp các đặc điểm, cần phải cẩn trọng để cho phép nhà môi giới bất động sản chỉ truy cập đến các vùng miền (được đặt trước) mong muốn của họ. Điều này làm giảm việc hao tổn công sức để so sánh độ phù hợp dữ liệu. Đặc biệt vì các nhà môi giới bất động sản tương ứng rất thường xuyên phân biệt theo vùng miền.

Cần lưu ý rằng ngày nay cái gọi làm "đám mây" làm cho việc so sánh này có thể lưu trữ và xử lý lượng dữ liệu lớn.

Để đảm bảo sự môi giới bất động sản chuyên nghiệp, chỉ các nhà môi giới bất động sản mới có thể truy cập hồ sơ tìm kiếm.

Tới điểm này, nhà môi giới bất động sản thực hiện một hợp đồng với người vận hành của cổng kết nối bất động sản.

Sau khi so sánh độ phù hợp/so sánh độ phù hợp tương ứng, nhà môi giới bất động sản có thể liên hệ người mua tương lai, và ngược lại, nhà đầu tư tương lai có thể liên hệ nhà môi giới bất động sản. Điều này cũng có nghĩa là, nếu nhà môi giới bất động sản gửi sự quan tâm đến người mua tương lai, thì bằng chứng hoạt động hoặc yêu cầu của nhà môi giới bất động sản được lập hồ sơ dựa vào hội đồng môi giới trong trường hợp bán hoặc cho thuê.

Điều này giả định rằng người môi giới bất động sản được chủ sở hữu (người bán hoặc chủ đất) ủy thác để sắp xếp bất động sản hoặc có quyền cung cấp bất động sản.

6. Phạm vi áp dụng

Kết nối bất động sản được mô tả ở đây áp dụng cho việc mua và cho thuê bất động sản trong lĩnh vực bất động sản dân cư và thương mại. Các đặc trưng bất động sản bổ sung là bắt buộc đối với bất động sản thương mại.

Về phía khách hàng tương lai, ví dụ thông thường như trong thực tế, nhà môi giới bất động sản có thể là đại diện cho khách hàng.

Về mặt không gian, cổng kết nối bất động sản có thể được truyền tới hầu hết các nước.

7. Lợi thế

Việc kết nối bất động sản này đưa ra những lợi thế to lớn cho người mua tương lai, ví dụ nếu họ đang tìm kiếm bất động sản trong vùng miền của họ (nơi cư trú) hoặc thay đổi công việc ở một thành phố/vùng miền khác.

Đơn giản bạn chỉ cần gửi hồ sơ tìm kiếm một lần và có được bất động sản ưng ý từ trung tâm môi giới bất động sản làm việc trong vùng miền mà bạn muốn.

Đối với nhà môi giới bất động sản, điều này đưa ra những lợi thế to lớn về mặt hiệu quả và tiết kiệm thời gian đối với việc bán hoặc cho thuê.

Bạn sẽ ngay lập tức có cái nhìn tổng quan về tiềm năng của những triển vọng cụ thể đối với bất động sản tương ứng được họ đưa ra.

Hơn nữa, nhà môi giới bất động sản trung gian có thể trực tiếp đề địa chỉ nhóm mục tiêu có liên quan của họ, điều này tạo ra những suy nghĩ cụ thể về bất động sản trong mơ của họ bằng cách tạo một hồ sơ tìm kiếm (kể cả gửi bất động sản).

Điều này gia tăng chất lượng của việc ghi chép với những người mà họ biết họ đang tìm kiếm điều gì. Điều này làm giảm số lượng ngày thăm dò tiếp theo. Điều này làm giảm tổng thời gian marketing bất động sản qua trung gian.

Sự thăm dò tiếp theo đối với bất động sản qua trung gian bởi các bên quan tâm - như thông thường - kết luận một hợp đồng mua hoặc cho thuê diễn ra.

8. Sự tính toán làm mẫu (Tiềm năng) - chỉ với các căn hộ và nhà ở tự làm chủ (mà không phải các căn hộ và nhà ở được thuê cũng như bất động sản thương mại)

Các ví dụ sau đây cho biết tiềm năng của cổng kết nối bất động sản.

Trong một khu vực hấp dẫn dân cư với 250.000 cư dân, như thành phố Monchengladbach, theo thống kê có khoảng 125.000 hộ dân cư (2 cư dân trong một gia đình). Tỷ lệ bố trí lại trung bình là khoảng 10%. Do đó, có 12.500 hộ di chuyển một năm. Cán cân rời đi và chuyển đến Monchengladbach không được tính đến. - Có khoảng 10.000 hộ gia đình (80%) đang tìm kiếm bất động sản cho thuê và khoảng 2.500 hộ gia đình (20%) đang tìm mua bất động sản.

Theo báo cáo thị trường đất đai của ủy ban chuyên gia thành phố Monchengladbach, có 2613 lượt mua bất động sản trong năm 2012. - Điều này xác nhận hình ảnh 2.500 người mua ở trên. Sẽ có nhiều hơn nữa, vì không phải tất cả mọi người đều tìm thấy bất động sản của họ. Theo thống kê những triển vọng thực hoặc số hồ sơ tìm kiếm sẽ tăng hai lần so với tỷ lệ bố trí lại trung bình là khoảng 10%, nghĩa là 25.000 hồ sơ tìm kiếm. Điều này bao gồm, giữa những thứ khác, rằng khách hàng tương lai tạo ra một số hồ sơ tìm kiếm trong cổng kết nối bất động sản.

Đáng giá để nói rằng, theo kinh nghiệm, khoảng một nửa trong tất cả những người mua (người mua và người thuê) đã tìm thấy bất động sản của họ thông qua nhà môi giới trung gian bất động sản, như vậy tổng cộng có 6.250 hộ.

Ít nhất có khoảng 70% trong tất cả các hộ đã tìm kiếm các cổng bất động sản trên Internet, như vậy tổng cộng có 8.750 hộ (tương ứng với 17.500 hồ sơ tìm kiếm).

Nếu có 30% tất cả các bên quan tâm, nghĩa là 3.750 hộ (tương ứng với 7.500 hồ sơ tìm kiếm) trong một thành phố như Monchengladbach, hồ sơ tìm kiếm của họ đối với cổng kết nối bất động sản (app ứng dụng) sẽ tạo ra 1.500 hồ sơ tìm kiếm cụ thể (20%). Thông qua 6.000 hồ sơ tìm kiếm cụ thể (80%) người thuê tương lai đưa ra bất động sản phù hợp của họ.

Điều này có nghĩa là với khoảng thời gian tìm kiếm trung bình là 10 tháng và một mức giá làm ví dụ là 50 € một tháng cho mỗi hồ sơ tìm kiếm được khách hàng tương lai tạo ra, tiềm năng bán hàng đối với 7.500 hồ sơ tìm kiếm lên đến 3.750.000 € một năm trong thành phố có 25.0000 cư dân.

Với sự tính toán của Cộng hòa Liên bang Đức có khoảng 80.000.000 (80 triệu) cư dân, điều này tạo ra tiềm năng bán € 1.200.000.000 (1,2 tỷ €) một năm. - Nếu, thay vì tất cả 30% các bên quan tâm, 40% tất cả các khách hàng tương lai đang tìm kiếm bất động sản của họ thông qua cổng kết nối bất động sản, thì tiềm năng bán sẽ tăng lên 1.600.000.000 € (1,6 billion €) một năm.

Tiềm năng doanh thu chỉ nói đến các căn hộ và nhà ở tự làm chủ. Bất động sản cho thuê và / hoặc lợi tức trong lĩnh vực bất động sản dân cư và toàn bộ lĩnh vực bất động sản thương mại không được bao gồm trong sự tính toán tiềm năng này.

Trong trường hợp có khoảng 50.000 công ty Đức trong ngành môi giới bất động sản (kể cả các công ty xây dựng có liên quan, thương nhân bất động sản và các công ty bất động sản khác) với khoảng 200.000 nhân viên và cổ phần ví dụ là 20% của 50.000 công ty này sử dụng cổng kết nối bất động sản này với trung bình 2 giấy phép đăng ký. Tiềm năng doanh thu là 72.000.000 € (72 triệu €) một năm với giá ví dụ là 300 € một tháng trên một giấy phép đăng ký. Ngoài ra, đặt trước theo vùng miền cần phải được tiến hành đối với các hồ sơ tìm kiếm, để tiềm năng doanh thu bổ sung có thể xem xét được sẽ được tạo ra ở đây, phụ thuộc theo thiết kế.

Các nhà môi giới bất động sản sẽ không phải cập nhật cơ sở dữ liệu quan tâm của riêng họ - nếu cơ sở dữ liệu tồn tại - thông qua tiềm năng to lớn này của các bên quan tâm có hồ sơ tìm kiếm cụ thể. Đặc biệt vì con số hồ sơ tìm kiếm hiện tại sẽ thay đổi có khả năng vượt quá số hồ sơ tìm kiếm được nhiều nhà môi giới bất động sản tạo ra trong cơ sở dữ liệu.

Nếu cổng kết nối bất động sản mang tính đổi mới này được sử dụng trong một số nước, ví dụ, những người mua tương lai từ Đức có thể tạo ra hồ sơ tìm kiếm đối với các căn hộ nghỉ dưỡng ở hòn đảo Địa trung hải Majorca (Tây Ban Nha) và các trung tâm môi giới bất động sản được kết nối với Majorca có thể giới thiệu căn hộ thích hợp cho các khách hàng Đức tương lai. Nếu các thông tin công khai được dịch được viết bằng tiếng Tây Ban Nha, thì ngày nay, những người quan tâm đến Internet có thể dịch văn bản bằng tiếng Đức với sự giúp đỡ của các chương trình dịch.

Để có thể kết nối các hồ sơ tìm kiếm và bất động sản được môi giới, thì các đặc điểm kết nối có thể được so sánh độ phù hợp trên nền tảng các đặc điểm (toán học) được lập trình - độc lập về mặt ngôn ngữ - trong cổng kết nối bất động sản.

Khi sử dụng cổng kết nối bất động sản ở tất cả các lục địa, tiềm năng bán hàng được nhắc đến ở trên (chỉ đối với những người tìm kiếm) sẽ được đại diện bởi một phép tính toán rất đơn giản như sau.

Dân số thế giới:
7.500.000.000 (7,5 tỷ)

1. Dân số ở các nước công nghiệp hóa và, bao quát nhất:
2.000.000.000 (2,0 tỷ) cư dân

2. Dân số ở các thị trường đang phát triển:
4.000.000.000 (4,0 tỷ) cư dân

3. Dân số ở các nước đang phát triển: 1.500.000.000 (1.5 tỷ) cư dân

Tiềm năng doanh thu hàng năm của Cộng hòa Liên bang Đức là 1,2 tỷ € với 80 triệu cư dân được chuyển đổi thành các nước công nghiệp, ngưỡng và đang phát triển theo các hệ số sau đây.

1. Các nước công nghiệp hóa: 1.0

2. Các nước thị trường đang nổi: 0,4

3. Các nước đang phát triển: 0,1

Điều này tạo ra tiềm năng doanh thu hàng năm tiếp theo (1,2 tỷ € x dân số (công nghiệp hóa, đang nổi hoặc đang phát triển) / 80 triệu cư dân x hệ số).

1. Các nước công nghiệp hóa: 30,00 tỷ €

2. Các nước thị trường đang nổi: 24,00 tỷ €

3. Các nước đang phát triển: 2,25 tỷ €

Tổng: **56,25 tỷ €**

9. Kết luận

Cổng kết nối bất động sản này đưa ra những lợi thế nổi bật dành cho những người sở hữu bất động sản (người mua tương lai) và nhà môi giới bất động sản.

1. Khách hàng tương lai giảm đáng kể thời gian tìm kiếm bất động sản phù hợp, vì họ chỉ cần tạo hồ sơ tìm kiếm một lần.

2. Nhà môi giới bất động sản có cái nhìn tổng quan về những triển vọng cùng với mong muốn cụ thể ngay từ đầu (hồ sơ tìm kiếm).

3. Các bên quan tâm chỉ nhận được bất động sản theo mong muốn hoặc phù hợp (theo hồ sơ tìm kiếm) được tất cả các nhà môi giới bất động sản giới thiệu (sự chọn lựa trước tự động).

4. Các nhà môi giới bất động sản giảm được công sức của họ để duy trì cơ sở dữ liệu của riêng mình đối với hồ sơ tìm kiếm, vì một số lượng lớn các hồ sơ tìm kiếm hiện tại là có sẵn một cách cố định.

5. Vì chỉ các nhà môi giới bất động sản được kết nối với cổng kết nối bất động sản, những người mua tương lai sẽ phải làm việc với các nhà môi giới bất động sản chuyên nghiệp và thường có kinh nghiệm.

6. Các nhà môi giới bất động sản giảm được số lần thăm coi và tổng thời gian marketing. Đổi lại, số ngày thăm coi và thời gian cho đến khi kết luận mua hoặc hợp đồng cho thuê được giảm.

7. Người sở hữu bất động sản được bán hoặc thuê cũng tiết kiệm được thời gian. Hơn nữa, tỷ lệ bỏ trống đối với bất động sản cho thuê và thanh toán giá mua trước đó thấp hơn trong trường hợp mua

bất động sản thông qua hợp đồng cho thuê hoặc bán nhanh hơn, do đó cũng là một lợi thế tài chính.

Với việc nhận dạng hoặc thực hiện ý tưởng kết nối bất động sản này, có thể đạt được một bước tiến đáng kể trong môi giới bất động sản.

10. Sự tích hợp cổng kết nối bất động sản vào phần mềm môi giới bất động sản mới kể cả việc định giá bất động sản

Như một sự hoàn thiện, cổng kết nối bất động sản được mô tả ở đây có thể hoặc cần là một thành phần thiết yếu của phần mềm môi giới bất động sản - mới - có thể sử dụng được trên toàn thế giới. Điều này có nghĩa là các nhà môi giới bất động sản có thể sử dụng cổng kết nối bất động sản ngoài phần mềm môi giới bất động sản đã được sử dụng hoặc phần mềm môi giới bất động sản mới bao gồm cổng kết nối bất động sản.

Bằng cách tích hợp cổng kết nối bất động sản hiệu quả và mang tính đổi mới này vào phần mềm môi giới bất động sản của riêng cổng đó, có thể tạo ra một đặc trưng thực-theo thời gian cơ bản dành cho phần mềm môi giới bất động sản, điều này mang tính thiết yếu cho việc thâm nhập thị trường.

Vì việc định giá bất động sản luôn là một phần thiết yếu của quản lý bất động sản, nên công cụ đánh giá bất động sản phải được tích hợp vào phần mềm môi giới bất động sản. Định giá bất động sản bằng các chương trình máy tính có liên quan có thể truy cập các dữ liệu/tham số có liên quan từ các đặc tính được nhập/được tạo ra của các nhà môi giới bất động sản thông qua đường link. Nếu cần, các nhà môi giới bất động sản có thể bổ sung các tham số theo vùng miền còn thiếu thông qua sự minh bạch thị trường vùng miền của nhà môi giới đó.

Ngoài ra, phần mềm môi giới bất động sản phải có thể tích hợp thứ được gọi là các vòng bất động sản ảo được môi giới. Ví dụ, điều này có thể được thực hiện theo một cách đơn giản, mà ở đó một app (ứng dụng) bổ sung được phát triển cho điện thoại di động và/hoặc tablet, mà sau khi tích hợp thông tin bất động sản khứ hồi ảo được tích hợp hoặc được tích hợp vào phần mềm môi giới bất động sản.

Tới khi cổng kết nối bất động sản hiệu quả và mang tính đổi mới được tích hợp vào một phần mềm môi giới bất động sản mới và định giá bất động sản, thì tiềm năng bán hàng một lần nữa sẽ được tăng lên.

Matthias Fiedler

Korschenbroich, 31.10.2016

Matthias Fiedler

Erika-von-Brockdorff Đường 19

41352 Korschenbroich

Đức

www.matthiasfiedler.net

www.ingramcontent.com/pod-product-compliance
Lightning Source LLC
Chambersburg PA
CBHW071531210326
41597CB00018B/2953